AF808222

THIS JOURNAL BELONGS TO:

____

____

A

Site name: ______________________________
Site address: ______________________________
Login/Username: ______________________________
Password: ______________________________

Site name: ______________________________
Site address: ______________________________
Login/Username: ______________________________
Password: ______________________________

Site name: ______________________________
Site address: ______________________________
Login/Username: ______________________________
Password: ______________________________

Site name: ______________________________
Site address: ______________________________
Login/Username: ______________________________
Password: ______________________________

Site name: ______________________________
Site address: ______________________________
Login/Username: ______________________________
Password: ______________________________

A

Site name: ____________________
Site address: ____________________
Login/Username: ____________________
Password: ____________________

Site name: ____________________
Site address: ____________________
Login/Username: ____________________
Password: ____________________

Site name: ____________________
Site address: ____________________
Login/Username: ____________________
Password: ____________________

Site name: ____________________
Site address: ____________________
Login/Username: ____________________
Password: ____________________

Site name: ____________________
Site address: ____________________
Login/Username: ____________________
Password: ____________________

A

Site name: ______________________________
Site address: ______________________________
Login/Username: ______________________________
Password: ______________________________

Site name: ______________________________
Site address: ______________________________
Login/Username: ______________________________
Password: ______________________________

Site name: ______________________________
Site address: ______________________________
Login/Username: ______________________________
Password: ______________________________

Site name: ______________________________
Site address: ______________________________
Login/Username: ______________________________
Password: ______________________________

Site name: ______________________________
Site address: ______________________________
Login/Username: ______________________________
Password: ______________________________

A

Site name: ______________________________

Site address: ______________________________

Login/Username: ______________________________

Password: ______________________________

Site name: ______________________________

Site address: ______________________________

Login/Username: ______________________________

Password: ______________________________

Site name: ______________________________

Site address: ______________________________

Login/Username: ______________________________

Password: ______________________________

Site name: ______________________________

Site address: ______________________________

Login/Username: ______________________________

Password: ______________________________

Site name: ______________________________

Site address: ______________________________

Login/Username: ______________________________

Password: ______________________________

B

Site name: ___________________________

Site address: _________________________

Login/Username: ______________________

Password: ____________________________

Site name: ___________________________

Site address: _________________________

Login/Username: ______________________

Password: ____________________________

Site name: ___________________________

Site address: _________________________

Login/Username: ______________________

Password: ____________________________

Site name: ___________________________

Site address: _________________________

Login/Username: ______________________

Password: ____________________________

Site name: ___________________________

Site address: _________________________

Login/Username: ______________________

Password: ____________________________

B

Site name: ______________________________
Site address: ______________________________
Login/Username: ______________________________
Password: ______________________________

Site name: ______________________________
Site address: ______________________________
Login/Username: ______________________________
Password: ______________________________

Site name: ______________________________
Site address: ______________________________
Login/Username: ______________________________
Password: ______________________________

Site name: ______________________________
Site address: ______________________________
Login/Username: ______________________________
Password: ______________________________

Site name: ______________________________
Site address: ______________________________
Login/Username: ______________________________
Password: ______________________________

B

Site name: ______________________________
Site address: ______________________________
Login/Username: ______________________________
Password: ______________________________

Site name: ______________________________
Site address: ______________________________
Login/Username: ______________________________
Password: ______________________________

Site name: ______________________________
Site address: ______________________________
Login/Username: ______________________________
Password: ______________________________

Site name: ______________________________
Site address: ______________________________
Login/Username: ______________________________
Password: ______________________________

Site name: ______________________________
Site address: ______________________________
Login/Username: ______________________________
Password: ______________________________

B

Site name: ______________________________

Site address: ______________________________

Login/Username: ______________________________

Password: ______________________________

Site name: ______________________________

Site address: ______________________________

Login/Username: ______________________________

Password: ______________________________

Site name: ______________________________

Site address: ______________________________

Login/Username: ______________________________

Password: ______________________________

Site name: ______________________________

Site address: ______________________________

Login/Username: ______________________________

Password: ______________________________

Site name: ______________________________

Site address: ______________________________

Login/Username: ______________________________

Password: ______________________________

C

Site name: ______________________________
Site address: ______________________________
Login/Username: ______________________________
Password: ______________________________

Site name: ______________________________
Site address: ______________________________
Login/Username: ______________________________
Password: ______________________________

Site name: ______________________________
Site address: ______________________________
Login/Username: ______________________________
Password: ______________________________

Site name: ______________________________
Site address: ______________________________
Login/Username: ______________________________
Password: ______________________________

Site name: ______________________________
Site address: ______________________________
Login/Username: ______________________________
Password: ______________________________

C

Site name: ____________________

Site address: ____________________

Login/Username: ____________________

Password: ____________________

Site name: ____________________

Site address: ____________________

Login/Username: ____________________

Password: ____________________

Site name: ____________________

Site address: ____________________

Login/Username: ____________________

Password: ____________________

Site name: ____________________

Site address: ____________________

Login/Username: ____________________

Password: ____________________

Site name: ____________________

Site address: ____________________

Login/Username: ____________________

Password: ____________________

C

Site name: ____________________
Site address: ____________________
Login/Username: ____________________
Password: ____________________

Site name: ____________________
Site address: ____________________
Login/Username: ____________________
Password: ____________________

Site name: ____________________
Site address: ____________________
Login/Username: ____________________
Password: ____________________

Site name: ____________________
Site address: ____________________
Login/Username: ____________________
Password: ____________________

Site name: ____________________
Site address: ____________________
Login/Username: ____________________
Password: ____________________

C

Site name: ______________________________
Site address: ______________________________
Login/Username: ______________________________
Password: ______________________________

Site name: ______________________________
Site address: ______________________________
Login/Username: ______________________________
Password: ______________________________

Site name: ______________________________
Site address: ______________________________
Login/Username: ______________________________
Password: ______________________________

Site name: ______________________________
Site address: ______________________________
Login/Username: ______________________________
Password: ______________________________

Site name: ______________________________
Site address: ______________________________
Login/Username: ______________________________
Password: ______________________________

D

Site name: ____________________
Site address: ____________________
Login/Username: ____________________
Password: ____________________

Site name: ____________________
Site address: ____________________
Login/Username: ____________________
Password: ____________________

Site name: ____________________
Site address: ____________________
Login/Username: ____________________
Password: ____________________

Site name: ____________________
Site address: ____________________
Login/Username: ____________________
Password: ____________________

Site name: ____________________
Site address: ____________________
Login/Username: ____________________
Password: ____________________

D

Site name: ______________________________
Site address: ______________________________
Login/Username: ______________________________
Password: ______________________________

Site name: ______________________________
Site address: ______________________________
Login/Username: ______________________________
Password: ______________________________

Site name: ______________________________
Site address: ______________________________
Login/Username: ______________________________
Password: ______________________________

Site name: ______________________________
Site address: ______________________________
Login/Username: ______________________________
Password: ______________________________

Site name: ______________________________
Site address: ______________________________
Login/Username: ______________________________
Password: ______________________________

D

Site name: ____
Site address: ____
Login/Username: _____________________________________
Password: ____

Site name: ____
Site address: ____
Login/Username: _____________________________________
Password: ____

Site name: ____
Site address: ____
Login/Username: _____________________________________
Password: ____

Site name: ____
Site address: ____
Login/Username: _____________________________________
Password: ____

Site name: ____
Site address: ____
Login/Username: _____________________________________
Password: ____

D

Site name: ____________________
Site address: ____________________
Login/Username: ____________________
Password: ____________________

Site name: ____________________
Site address: ____________________
Login/Username: ____________________
Password: ____________________

Site name: ____________________
Site address: ____________________
Login/Username: ____________________
Password: ____________________

Site name: ____________________
Site address: ____________________
Login/Username: ____________________
Password: ____________________

Site name: ____________________
Site address: ____________________
Login/Username: ____________________
Password: ____________________

E

Site name: ______________________________

Site address: ______________________________

Login/Username: ______________________________

Password: ______________________________

Site name: ______________________________

Site address: ______________________________

Login/Username: ______________________________

Password: ______________________________

Site name: ______________________________

Site address: ______________________________

Login/Username: ______________________________

Password: ______________________________

Site name: ______________________________

Site address: ______________________________

Login/Username: ______________________________

Password: ______________________________

Site name: ______________________________

Site address: ______________________________

Login/Username: ______________________________

Password: ______________________________

E

Site name: ______________________________

Site address: ______________________________

Login/Username: ______________________________

Password: ______________________________

Site name: ______________________________

Site address: ______________________________

Login/Username: ______________________________

Password: ______________________________

Site name: ______________________________

Site address: ______________________________

Login/Username: ______________________________

Password: ______________________________

Site name: ______________________________

Site address: ______________________________

Login/Username: ______________________________

Password: ______________________________

Site name: ______________________________

Site address: ______________________________

Login/Username: ______________________________

Password: ______________________________

E

Site name: ______________________________
Site address: ______________________________
Login/Username: ______________________________
Password: ______________________________

Site name: ______________________________
Site address: ______________________________
Login/Username: ______________________________
Password: ______________________________

Site name: ______________________________
Site address: ______________________________
Login/Username: ______________________________
Password: ______________________________

Site name: ______________________________
Site address: ______________________________
Login/Username: ______________________________
Password: ______________________________

Site name: ______________________________
Site address: ______________________________
Login/Username: ______________________________
Password: ______________________________

E

Site name: ______________________________

Site address: ______________________________

Login/Username: ______________________________

Password: ______________________________

Site name: ______________________________

Site address: ______________________________

Login/Username: ______________________________

Password: ______________________________

Site name: ______________________________

Site address: ______________________________

Login/Username: ______________________________

Password: ______________________________

Site name: ______________________________

Site address: ______________________________

Login/Username: ______________________________

Password: ______________________________

Site name: ______________________________

Site address: ______________________________

Login/Username: ______________________________

Password: ______________________________

F

Site name: ______________________________
Site address: ______________________________
Login/Username: ______________________________
Password: ______________________________

Site name: ______________________________
Site address: ______________________________
Login/Username: ______________________________
Password: ______________________________

Site name: ______________________________
Site address: ______________________________
Login/Username: ______________________________
Password: ______________________________

Site name: ______________________________
Site address: ______________________________
Login/Username: ______________________________
Password: ______________________________

Site name: ______________________________
Site address: ______________________________
Login/Username: ______________________________
Password: ______________________________

F

Site name: ____________________
Site address: ____________________
Login/Username: ____________________
Password: ____________________

Site name: ____________________
Site address: ____________________
Login/Username: ____________________
Password: ____________________

Site name: ____________________
Site address: ____________________
Login/Username: ____________________
Password: ____________________

Site name: ____________________
Site address: ____________________
Login/Username: ____________________
Password: ____________________

Site name: ____________________
Site address: ____________________
Login/Username: ____________________
Password: ____________________

F

Site name: ____________________

Site address: ____________________

Login/Username: ____________________

Password: ____________________

Site name: ____________________

Site address: ____________________

Login/Username: ____________________

Password: ____________________

Site name: ____________________

Site address: ____________________

Login/Username: ____________________

Password: ____________________

Site name: ____________________

Site address: ____________________

Login/Username: ____________________

Password: ____________________

Site name: ____________________

Site address: ____________________

Login/Username: ____________________

Password: ____________________

F

Site name: ______________________
Site address: ______________________
Login/Username: ______________________
Password: ______________________

Site name: ______________________
Site address: ______________________
Login/Username: ______________________
Password: ______________________

Site name: ______________________
Site address: ______________________
Login/Username: ______________________
Password: ______________________

Site name: ______________________
Site address: ______________________
Login/Username: ______________________
Password: ______________________

Site name: ______________________
Site address: ______________________
Login/Username: ______________________
Password: ______________________

G

Site name: ____________________
Site address: ____________________
Login/Username: ____________________
Password: ____________________

Site name: ____________________
Site address: ____________________
Login/Username: ____________________
Password: ____________________

Site name: ____________________
Site address: ____________________
Login/Username: ____________________
Password: ____________________

Site name: ____________________
Site address: ____________________
Login/Username: ____________________
Password: ____________________

Site name: ____________________
Site address: ____________________
Login/Username: ____________________
Password: ____________________

G

Site name: ___________________________

Site address: ___________________________

Login/Username: ___________________________

Password: ___________________________

Site name: ___________________________

Site address: ___________________________

Login/Username: ___________________________

Password: ___________________________

Site name: ___________________________

Site address: ___________________________

Login/Username: ___________________________

Password: ___________________________

Site name: ___________________________

Site address: ___________________________

Login/Username: ___________________________

Password: ___________________________

Site name: ___________________________

Site address: ___________________________

Login/Username: ___________________________

Password: ___________________________

G

Site name: ______________________________

Site address: ______________________________

Login/Username: ______________________________

Password: ______________________________

Site name: ______________________________

Site address: ______________________________

Login/Username: ______________________________

Password: ______________________________

Site name: ______________________________

Site address: ______________________________

Login/Username: ______________________________

Password: ______________________________

Site name: ______________________________

Site address: ______________________________

Login/Username: ______________________________

Password: ______________________________

Site name: ______________________________

Site address: ______________________________

Login/Username: ______________________________

Password: ______________________________

G

Site name: ______________________________
Site address: ______________________________
Login/Username: ______________________________
Password: ______________________________

Site name: ______________________________
Site address: ______________________________
Login/Username: ______________________________
Password: ______________________________

Site name: ______________________________
Site address: ______________________________
Login/Username: ______________________________
Password: ______________________________

Site name: ______________________________
Site address: ______________________________
Login/Username: ______________________________
Password: ______________________________

Site name: ______________________________
Site address: ______________________________
Login/Username: ______________________________
Password: ______________________________

H

Site name: ______________________
Site address: ______________________
Login/Username: ______________________
Password: ______________________

Site name: ______________________
Site address: ______________________
Login/Username: ______________________
Password: ______________________

Site name: ______________________
Site address: ______________________
Login/Username: ______________________
Password: ______________________

Site name: ______________________
Site address: ______________________
Login/Username: ______________________
Password: ______________________

Site name: ______________________
Site address: ______________________
Login/Username: ______________________
Password: ______________________

H

Site name: ______________________________
Site address: ______________________________
Login/Username: ______________________________
Password: ______________________________

Site name: ______________________________
Site address: ______________________________
Login/Username: ______________________________
Password: ______________________________

Site name: ______________________________
Site address: ______________________________
Login/Username: ______________________________
Password: ______________________________

Site name: ______________________________
Site address: ______________________________
Login/Username: ______________________________
Password: ______________________________

Site name: ______________________________
Site address: ______________________________
Login/Username: ______________________________
Password: ______________________________

H

Site name: ______________________________
Site address: ______________________________
Login/Username: ______________________________
Password: ______________________________

Site name: ______________________________
Site address: ______________________________
Login/Username: ______________________________
Password: ______________________________

Site name: ______________________________
Site address: ______________________________
Login/Username: ______________________________
Password: ______________________________

Site name: ______________________________
Site address: ______________________________
Login/Username: ______________________________
Password: ______________________________

Site name: ______________________________
Site address: ______________________________
Login/Username: ______________________________
Password: ______________________________

H

Site name: ______________________________

Site address: ______________________________

Login/Username: ______________________________

Password: ______________________________

Site name: ______________________________

Site address: ______________________________

Login/Username: ______________________________

Password: ______________________________

Site name: ______________________________

Site address: ______________________________

Login/Username: ______________________________

Password: ______________________________

Site name: ______________________________

Site address: ______________________________

Login/Username: ______________________________

Password: ______________________________

Site name: ______________________________

Site address: ______________________________

Login/Username: ______________________________

Password: ______________________________

I

Site name: ______________________________

Site address: ______________________________

Login/Username: ______________________________

Password: ______________________________

Site name: ______________________________

Site address: ______________________________

Login/Username: ______________________________

Password: ______________________________

Site name: ______________________________

Site address: ______________________________

Login/Username: ______________________________

Password: ______________________________

Site name: ______________________________

Site address: ______________________________

Login/Username: ______________________________

Password: ______________________________

Site name: ______________________________

Site address: ______________________________

Login/Username: ______________________________

Password: ______________________________

I

Site name: ______________________________
Site address: ______________________________
Login/Username: ______________________________
Password: ______________________________

Site name: ______________________________
Site address: ______________________________
Login/Username: ______________________________
Password: ______________________________

Site name: ______________________________
Site address: ______________________________
Login/Username: ______________________________
Password: ______________________________

Site name: ______________________________
Site address: ______________________________
Login/Username: ______________________________
Password: ______________________________

Site name: ______________________________
Site address: ______________________________
Login/Username: ______________________________
Password: ______________________________

I

Site name: ______________________________
Site address: ______________________________
Login/Username: ______________________________
Password: ______________________________

Site name: ______________________________
Site address: ______________________________
Login/Username: ______________________________
Password: ______________________________

Site name: ______________________________
Site address: ______________________________
Login/Username: ______________________________
Password: ______________________________

Site name: ______________________________
Site address: ______________________________
Login/Username: ______________________________
Password: ______________________________

Site name: ______________________________
Site address: ______________________________
Login/Username: ______________________________
Password: ______________________________

I

Site name: ____________________

Site address: ____________________

Login/Username: ____________________

Password: ____________________

Site name: ____________________

Site address: ____________________

Login/Username: ____________________

Password: ____________________

Site name: ____________________

Site address: ____________________

Login/Username: ____________________

Password: ____________________

Site name: ____________________

Site address: ____________________

Login/Username: ____________________

Password: ____________________

Site name: ____________________

Site address: ____________________

Login/Username: ____________________

Password: ____________________

J

Site name: ______________________________
Site address: ______________________________
Login/Username: ______________________________
Password: ______________________________

Site name: ______________________________
Site address: ______________________________
Login/Username: ______________________________
Password: ______________________________

Site name: ______________________________
Site address: ______________________________
Login/Username: ______________________________
Password: ______________________________

Site name: ______________________________
Site address: ______________________________
Login/Username: ______________________________
Password: ______________________________

Site name: ______________________________
Site address: ______________________________
Login/Username: ______________________________
Password: ______________________________

J

Site name: ____________________
Site address: ____________________
Login/Username: ____________________
Password: ____________________

Site name: ____________________
Site address: ____________________
Login/Username: ____________________
Password: ____________________

Site name: ____________________
Site address: ____________________
Login/Username: ____________________
Password: ____________________

Site name: ____________________
Site address: ____________________
Login/Username: ____________________
Password: ____________________

Site name: ____________________
Site address: ____________________
Login/Username: ____________________
Password: ____________________

J

Site name: ______________________________

Site address: ______________________________

Login/Username: ______________________________

Password: ______________________________

Site name: ______________________________

Site address: ______________________________

Login/Username: ______________________________

Password: ______________________________

Site name: ______________________________

Site address: ______________________________

Login/Username: ______________________________

Password: ______________________________

Site name: ______________________________

Site address: ______________________________

Login/Username: ______________________________

Password: ______________________________

Site name: ______________________________

Site address: ______________________________

Login/Username: ______________________________

Password: ______________________________

J

Site name: ______________________________
Site address: ______________________________
Login/Username: ______________________________
Password: ______________________________

Site name: ______________________________
Site address: ______________________________
Login/Username: ______________________________
Password: ______________________________

Site name: ______________________________
Site address: ______________________________
Login/Username: ______________________________
Password: ______________________________

Site name: ______________________________
Site address: ______________________________
Login/Username: ______________________________
Password: ______________________________

Site name: ______________________________
Site address: ______________________________
Login/Username: ______________________________
Password: ______________________________

K

Site name: ____________________
Site address: ____________________
Login/Username: ____________________
Password: ____________________

Site name: ____________________
Site address: ____________________
Login/Username: ____________________
Password: ____________________

Site name: ____________________
Site address: ____________________
Login/Username: ____________________
Password: ____________________

Site name: ____________________
Site address: ____________________
Login/Username: ____________________
Password: ____________________

Site name: ____________________
Site address: ____________________
Login/Username: ____________________
Password: ____________________

K

Site name: ___

Site address: ___

Login/Username: ___

Password: ___

Site name: ___

Site address: ___

Login/Username: ___

Password: ___

Site name: ___

Site address: ___

Login/Username: ___

Password: ___

Site name: ___

Site address: ___

Login/Username: ___

Password: ___

Site name: ___

Site address: ___

Login/Username: ___

Password: ___

K

Site name: __________
Site address: __________
Login/Username: __________
Password: __________

Site name: __________
Site address: __________
Login/Username: __________
Password: __________

Site name: __________
Site address: __________
Login/Username: __________
Password: __________

Site name: __________
Site address: __________
Login/Username: __________
Password: __________

Site name: __________
Site address: __________
Login/Username: __________
Password: __________

K

Site name: ___

Site address: ___

Login/Username: ___

Password: ___

Site name: ___

Site address: ___

Login/Username: ___

Password: ___

Site name: ___

Site address: ___

Login/Username: ___

Password: ___

Site name: ___

Site address: ___

Login/Username: ___

Password: ___

Site name: ___

Site address: ___

Login/Username: ___

Password: ___

L

Site name: ________________________________
Site address: ______________________________
Login/Username: ___________________________
Password: _________________________________

Site name: ________________________________
Site address: ______________________________
Login/Username: ___________________________
Password: _________________________________

Site name: ________________________________
Site address: ______________________________
Login/Username: ___________________________
Password: _________________________________

Site name: ________________________________
Site address: ______________________________
Login/Username: ___________________________
Password: _________________________________

Site name: ________________________________
Site address: ______________________________
Login/Username: ___________________________
Password: _________________________________

L

Site name: ______________________________

Site address: ______________________________

Login/Username: ______________________________

Password: ______________________________

Site name: ______________________________

Site address: ______________________________

Login/Username: ______________________________

Password: ______________________________

Site name: ______________________________

Site address: ______________________________

Login/Username: ______________________________

Password: ______________________________

Site name: ______________________________

Site address: ______________________________

Login/Username: ______________________________

Password: ______________________________

Site name: ______________________________

Site address: ______________________________

Login/Username: ______________________________

Password: ______________________________

L

Site name: ________________________________
Site address: ______________________________
Login/Username: ____________________________
Password: _________________________________

Site name: ________________________________
Site address: ______________________________
Login/Username: ____________________________
Password: _________________________________

Site name: ________________________________
Site address: ______________________________
Login/Username: ____________________________
Password: _________________________________

Site name: ________________________________
Site address: ______________________________
Login/Username: ____________________________
Password: _________________________________

Site name: ________________________________
Site address: ______________________________
Login/Username: ____________________________
Password: _________________________________

L

Site name: ______________________________

Site address: ______________________________

Login/Username: ______________________________

Password: ______________________________

Site name: ______________________________

Site address: ______________________________

Login/Username: ______________________________

Password: ______________________________

Site name: ______________________________

Site address: ______________________________

Login/Username: ______________________________

Password: ______________________________

Site name: ______________________________

Site address: ______________________________

Login/Username: ______________________________

Password: ______________________________

Site name: ______________________________

Site address: ______________________________

Login/Username: ______________________________

Password: ______________________________

M

Site name: ______________________________

Site address: ______________________________

Login/Username: ______________________________

Password: ______________________________

Site name: ______________________________

Site address: ______________________________

Login/Username: ______________________________

Password: ______________________________

Site name: ______________________________

Site address: ______________________________

Login/Username: ______________________________

Password: ______________________________

Site name: ______________________________

Site address: ______________________________

Login/Username: ______________________________

Password: ______________________________

Site name: ______________________________

Site address: ______________________________

Login/Username: ______________________________

Password: ______________________________

M

Site name: ____________________

Site address: ____________________

Login/Username: ____________________

Password: ____________________

Site name: ____________________

Site address: ____________________

Login/Username: ____________________

Password: ____________________

Site name: ____________________

Site address: ____________________

Login/Username: ____________________

Password: ____________________

Site name: ____________________

Site address: ____________________

Login/Username: ____________________

Password: ____________________

Site name: ____________________

Site address: ____________________

Login/Username: ____________________

Password: ____________________

M

Site name: ___________________________
Site address: ___________________________
Login/Username: ___________________________
Password: ___________________________

Site name: ___________________________
Site address: ___________________________
Login/Username: ___________________________
Password: ___________________________

Site name: ___________________________
Site address: ___________________________
Login/Username: ___________________________
Password: ___________________________

Site name: ___________________________
Site address: ___________________________
Login/Username: ___________________________
Password: ___________________________

Site name: ___________________________
Site address: ___________________________
Login/Username: ___________________________
Password: ___________________________

M

Site name: ___

Site address: ___

Login/Username: ___

Password: ___

Site name: ___

Site address: ___

Login/Username: ___

Password: ___

Site name: ___

Site address: ___

Login/Username: ___

Password: ___

Site name: ___

Site address: ___

Login/Username: ___

Password: ___

Site name: ___

Site address: ___

Login/Username: ___

Password: ___

N

Site name: ______________________________
Site address: ______________________________
Login/Username: ______________________________
Password: ______________________________

Site name: ______________________________
Site address: ______________________________
Login/Username: ______________________________
Password: ______________________________

Site name: ______________________________
Site address: ______________________________
Login/Username: ______________________________
Password: ______________________________

Site name: ______________________________
Site address: ______________________________
Login/Username: ______________________________
Password: ______________________________

Site name: ______________________________
Site address: ______________________________
Login/Username: ______________________________
Password: ______________________________

N

Site name: ______________________________

Site address: ______________________________

Login/Username: ______________________________

Password: ______________________________

Site name: ______________________________

Site address: ______________________________

Login/Username: ______________________________

Password: ______________________________

Site name: ______________________________

Site address: ______________________________

Login/Username: ______________________________

Password: ______________________________

Site name: ______________________________

Site address: ______________________________

Login/Username: ______________________________

Password: ______________________________

Site name: ______________________________

Site address: ______________________________

Login/Username: ______________________________

Password: ______________________________

N

Site name: ______________________________

Site address: ______________________________

Login/Username: ______________________________

Password: ______________________________

Site name: ______________________________

Site address: ______________________________

Login/Username: ______________________________

Password: ______________________________

Site name: ______________________________

Site address: ______________________________

Login/Username: ______________________________

Password: ______________________________

Site name: ______________________________

Site address: ______________________________

Login/Username: ______________________________

Password: ______________________________

Site name: ______________________________

Site address: ______________________________

Login/Username: ______________________________

Password: ______________________________

N

Site name: ______________________________
Site address: ______________________________
Login/Username: ______________________________
Password: ______________________________

Site name: ______________________________
Site address: ______________________________
Login/Username: ______________________________
Password: ______________________________

Site name: ______________________________
Site address: ______________________________
Login/Username: ______________________________
Password: ______________________________

Site name: ______________________________
Site address: ______________________________
Login/Username: ______________________________
Password: ______________________________

Site name: ______________________________
Site address: ______________________________
Login/Username: ______________________________
Password: ______________________________

O

Site name: ______________________________
Site address: ______________________________
Login/Username: ______________________________
Password: ______________________________

Site name: ______________________________
Site address: ______________________________
Login/Username: ______________________________
Password: ______________________________

Site name: ______________________________
Site address: ______________________________
Login/Username: ______________________________
Password: ______________________________

Site name: ______________________________
Site address: ______________________________
Login/Username: ______________________________
Password: ______________________________

Site name: ______________________________
Site address: ______________________________
Login/Username: ______________________________
Password: ______________________________

O

Site name: ______________________________

Site address: ______________________________

Login/Username: ______________________________

Password: ______________________________

Site name: ______________________________

Site address: ______________________________

Login/Username: ______________________________

Password: ______________________________

Site name: ______________________________

Site address: ______________________________

Login/Username: ______________________________

Password: ______________________________

Site name: ______________________________

Site address: ______________________________

Login/Username: ______________________________

Password: ______________________________

Site name: ______________________________

Site address: ______________________________

Login/Username: ______________________________

Password: ______________________________

O

Site name: ______________________________
Site address: ______________________________
Login/Username: ______________________________
Password: ______________________________

Site name: ______________________________
Site address: ______________________________
Login/Username: ______________________________
Password: ______________________________

Site name: ______________________________
Site address: ______________________________
Login/Username: ______________________________
Password: ______________________________

Site name: ______________________________
Site address: ______________________________
Login/Username: ______________________________
Password: ______________________________

Site name: ______________________________
Site address: ______________________________
Login/Username: ______________________________
Password: ______________________________

O

Site name: ___

Site address: ___

Login/Username: ___

Password: ___

Site name: ___

Site address: ___

Login/Username: ___

Password: ___

Site name: ___

Site address: ___

Login/Username: ___

Password: ___

Site name: ___

Site address: ___

Login/Username: ___

Password: ___

Site name: ___

Site address: ___

Login/Username: ___

Password: ___

P

Site name: ______________________________
Site address: ______________________________
Login/Username: ______________________________
Password: ______________________________

Site name: ______________________________
Site address: ______________________________
Login/Username: ______________________________
Password: ______________________________

Site name: ______________________________
Site address: ______________________________
Login/Username: ______________________________
Password: ______________________________

Site name: ______________________________
Site address: ______________________________
Login/Username: ______________________________
Password: ______________________________

Site name: ______________________________
Site address: ______________________________
Login/Username: ______________________________
Password: ______________________________

P

Site name: ____________________
Site address: ____________________
Login/Username: ____________________
Password: ____________________

Site name: ____________________
Site address: ____________________
Login/Username: ____________________
Password: ____________________

Site name: ____________________
Site address: ____________________
Login/Username: ____________________
Password: ____________________

Site name: ____________________
Site address: ____________________
Login/Username: ____________________
Password: ____________________

Site name: ____________________
Site address: ____________________
Login/Username: ____________________
Password: ____________________

P

Site name: ______________________________
Site address: ______________________________
Login/Username: ______________________________
Password: ______________________________

Site name: ______________________________
Site address: ______________________________
Login/Username: ______________________________
Password: ______________________________

Site name: ______________________________
Site address: ______________________________
Login/Username: ______________________________
Password: ______________________________

Site name: ______________________________
Site address: ______________________________
Login/Username: ______________________________
Password: ______________________________

Site name: ______________________________
Site address: ______________________________
Login/Username: ______________________________
Password: ______________________________

P

Site name: ______________________________

Site address: ______________________________

Login/Username: ______________________________

Password: ______________________________

Site name: ______________________________

Site address: ______________________________

Login/Username: ______________________________

Password: ______________________________

Site name: ______________________________

Site address: ______________________________

Login/Username: ______________________________

Password: ______________________________

Site name: ______________________________

Site address: ______________________________

Login/Username: ______________________________

Password: ______________________________

Site name: ______________________________

Site address: ______________________________

Login/Username: ______________________________

Password: ______________________________

Q

Site name: ______________________________

Site address: ______________________________

Login/Username: ______________________________

Password: ______________________________

Site name: ______________________________

Site address: ______________________________

Login/Username: ______________________________

Password: ______________________________

Site name: ______________________________

Site address: ______________________________

Login/Username: ______________________________

Password: ______________________________

Site name: ______________________________

Site address: ______________________________

Login/Username: ______________________________

Password: ______________________________

Site name: ______________________________

Site address: ______________________________

Login/Username: ______________________________

Password: ______________________________

Q

Site name: ______________________________

Site address: ______________________________

Login/Username: ______________________________

Password: ______________________________

Site name: ______________________________

Site address: ______________________________

Login/Username: ______________________________

Password: ______________________________

Site name: ______________________________

Site address: ______________________________

Login/Username: ______________________________

Password: ______________________________

Site name: ______________________________

Site address: ______________________________

Login/Username: ______________________________

Password: ______________________________

Site name: ______________________________

Site address: ______________________________

Login/Username: ______________________________

Password: ______________________________

Q

Site name: ______________________________
Site address: ______________________________
Login/Username: ______________________________
Password: ______________________________

Site name: ______________________________
Site address: ______________________________
Login/Username: ______________________________
Password: ______________________________

Site name: ______________________________
Site address: ______________________________
Login/Username: ______________________________
Password: ______________________________

Site name: ______________________________
Site address: ______________________________
Login/Username: ______________________________
Password: ______________________________

Site name: ______________________________
Site address: ______________________________
Login/Username: ______________________________
Password: ______________________________

Q

Site name: ____

Site address: ____

Login/Username: ____

Password: ____

Site name: ____

Site address: ____

Login/Username: ____

Password: ____

Site name: ____

Site address: ____

Login/Username: ____

Password: ____

Site name: ____

Site address: ____

Login/Username: ____

Password: ____

Site name: ____

Site address: ____

Login/Username: ____

Password: ____

R

Site name: ____________________________
Site address: ____________________________
Login/Username: ____________________________
Password: ____________________________

Site name: ____________________________
Site address: ____________________________
Login/Username: ____________________________
Password: ____________________________

Site name: ____________________________
Site address: ____________________________
Login/Username: ____________________________
Password: ____________________________

Site name: ____________________________
Site address: ____________________________
Login/Username: ____________________________
Password: ____________________________

Site name: ____________________________
Site address: ____________________________
Login/Username: ____________________________
Password: ____________________________

R

Site name: ______________________________
Site address: _____________________________
Login/Username: __________________________
Password: _______________________________

Site name: ______________________________
Site address: _____________________________
Login/Username: __________________________
Password: _______________________________

Site name: ______________________________
Site address: _____________________________
Login/Username: __________________________
Password: _______________________________

Site name: ______________________________
Site address: _____________________________
Login/Username: __________________________
Password: _______________________________

Site name: ______________________________
Site address: _____________________________
Login/Username: __________________________
Password: _______________________________

R

Site name: ______________________________
Site address: ______________________________
Login/Username: ______________________________
Password: ______________________________

Site name: ______________________________
Site address: ______________________________
Login/Username: ______________________________
Password: ______________________________

Site name: ______________________________
Site address: ______________________________
Login/Username: ______________________________
Password: ______________________________

Site name: ______________________________
Site address: ______________________________
Login/Username: ______________________________
Password: ______________________________

Site name: ______________________________
Site address: ______________________________
Login/Username: ______________________________
Password: ______________________________

R

Site name: ______________________________
Site address: ______________________________
Login/Username: ______________________________
Password: ______________________________

Site name: ______________________________
Site address: ______________________________
Login/Username: ______________________________
Password: ______________________________

Site name: ______________________________
Site address: ______________________________
Login/Username: ______________________________
Password: ______________________________

Site name: ______________________________
Site address: ______________________________
Login/Username: ______________________________
Password: ______________________________

Site name: ______________________________
Site address: ______________________________
Login/Username: ______________________________
Password: ______________________________

S

Site name: ______________________________
Site address: ______________________________
Login/Username: ______________________________
Password: ______________________________

Site name: ______________________________
Site address: ______________________________
Login/Username: ______________________________
Password: ______________________________

Site name: ______________________________
Site address: ______________________________
Login/Username: ______________________________
Password: ______________________________

Site name: ______________________________
Site address: ______________________________
Login/Username: ______________________________
Password: ______________________________

Site name: ______________________________
Site address: ______________________________
Login/Username: ______________________________
Password: ______________________________

S

Site name: ____________________

Site address: ____________________

Login/Username: ____________________

Password: ____________________

Site name: ____________________

Site address: ____________________

Login/Username: ____________________

Password: ____________________

Site name: ____________________

Site address: ____________________

Login/Username: ____________________

Password: ____________________

Site name: ____________________

Site address: ____________________

Login/Username: ____________________

Password: ____________________

Site name: ____________________

Site address: ____________________

Login/Username: ____________________

Password: ____________________

S

Site name: ______________________________
Site address: ______________________________
Login/Username: ______________________________
Password: ______________________________

Site name: ______________________________
Site address: ______________________________
Login/Username: ______________________________
Password: ______________________________

Site name: ______________________________
Site address: ______________________________
Login/Username: ______________________________
Password: ______________________________

Site name: ______________________________
Site address: ______________________________
Login/Username: ______________________________
Password: ______________________________

Site name: ______________________________
Site address: ______________________________
Login/Username: ______________________________
Password: ______________________________

S

Site name: ___

Site address: ___

Login/Username: ___

Password: ___

Site name: ___

Site address: ___

Login/Username: ___

Password: ___

Site name: ___

Site address: ___

Login/Username: ___

Password: ___

Site name: ___

Site address: ___

Login/Username: ___

Password: ___

Site name: ___

Site address: ___

Login/Username: ___

Password: ___

T

Site name: ______________________

Site address: ______________________

Login/Username: ______________________

Password: ______________________

Site name: ______________________

Site address: ______________________

Login/Username: ______________________

Password: ______________________

Site name: ______________________

Site address: ______________________

Login/Username: ______________________

Password: ______________________

Site name: ______________________

Site address: ______________________

Login/Username: ______________________

Password: ______________________

Site name: ______________________

Site address: ______________________

Login/Username: ______________________

Password: ______________________

T

Site name: ______________________
Site address: ______________________
Login/Username: ______________________
Password: ______________________

Site name: ______________________
Site address: ______________________
Login/Username: ______________________
Password: ______________________

Site name: ______________________
Site address: ______________________
Login/Username: ______________________
Password: ______________________

Site name: ______________________
Site address: ______________________
Login/Username: ______________________
Password: ______________________

Site name: ______________________
Site address: ______________________
Login/Username: ______________________
Password: ______________________

T

Site name: ______________________________
Site address: ______________________________
Login/Username: ______________________________
Password: ______________________________

Site name: ______________________________
Site address: ______________________________
Login/Username: ______________________________
Password: ______________________________

Site name: ______________________________
Site address: ______________________________
Login/Username: ______________________________
Password: ______________________________

Site name: ______________________________
Site address: ______________________________
Login/Username: ______________________________
Password: ______________________________

Site name: ______________________________
Site address: ______________________________
Login/Username: ______________________________
Password: ______________________________

T

Site name: ____________________
Site address: ____________________
Login/Username: ____________________
Password: ____________________

Site name: ____________________
Site address: ____________________
Login/Username: ____________________
Password: ____________________

Site name: ____________________
Site address: ____________________
Login/Username: ____________________
Password: ____________________

Site name: ____________________
Site address: ____________________
Login/Username: ____________________
Password: ____________________

Site name: ____________________
Site address: ____________________
Login/Username: ____________________
Password: ____________________

U

Site name: ____________________
Site address: ____________________
Login/Username: ____________________
Password: ____________________

Site name: ____________________
Site address: ____________________
Login/Username: ____________________
Password: ____________________

Site name: ____________________
Site address: ____________________
Login/Username: ____________________
Password: ____________________

Site name: ____________________
Site address: ____________________
Login/Username: ____________________
Password: ____________________

Site name: ____________________
Site address: ____________________
Login/Username: ____________________
Password: ____________________

U

Site name: ______________________________
Site address: ______________________________
Login/Username: ______________________________
Password: ______________________________

Site name: ______________________________
Site address: ______________________________
Login/Username: ______________________________
Password: ______________________________

Site name: ______________________________
Site address: ______________________________
Login/Username: ______________________________
Password: ______________________________

Site name: ______________________________
Site address: ______________________________
Login/Username: ______________________________
Password: ______________________________

Site name: ______________________________
Site address: ______________________________
Login/Username: ______________________________
Password: ______________________________

U

Site name: ____________________
Site address: ____________________
Login/Username: ____________________
Password: ____________________

Site name: ____________________
Site address: ____________________
Login/Username: ____________________
Password: ____________________

Site name: ____________________
Site address: ____________________
Login/Username: ____________________
Password: ____________________

Site name: ____________________
Site address: ____________________
Login/Username: ____________________
Password: ____________________

Site name: ____________________
Site address: ____________________
Login/Username: ____________________
Password: ____________________

U

Site name: ______________________________

Site address: ______________________________

Login/Username: ______________________________

Password: ______________________________

Site name: ______________________________

Site address: ______________________________

Login/Username: ______________________________

Password: ______________________________

Site name: ______________________________

Site address: ______________________________

Login/Username: ______________________________

Password: ______________________________

Site name: ______________________________

Site address: ______________________________

Login/Username: ______________________________

Password: ______________________________

Site name: ______________________________

Site address: ______________________________

Login/Username: ______________________________

Password: ______________________________

V

Site name: ______________________________
Site address: ______________________________
Login/Username: ______________________________
Password: ______________________________

Site name: ______________________________
Site address: ______________________________
Login/Username: ______________________________
Password: ______________________________

Site name: ______________________________
Site address: ______________________________
Login/Username: ______________________________
Password: ______________________________

Site name: ______________________________
Site address: ______________________________
Login/Username: ______________________________
Password: ______________________________

Site name: ______________________________
Site address: ______________________________
Login/Username: ______________________________
Password: ______________________________

V

Site name: ____________________
Site address: ____________________
Login/Username: ____________________
Password: ____________________

Site name: ____________________
Site address: ____________________
Login/Username: ____________________
Password: ____________________

Site name: ____________________
Site address: ____________________
Login/Username: ____________________
Password: ____________________

Site name: ____________________
Site address: ____________________
Login/Username: ____________________
Password: ____________________

Site name: ____________________
Site address: ____________________
Login/Username: ____________________
Password: ____________________

V

Site name: ______________________________
Site address: ______________________________
Login/Username: ______________________________
Password: ______________________________

Site name: ______________________________
Site address: ______________________________
Login/Username: ______________________________
Password: ______________________________

Site name: ______________________________
Site address: ______________________________
Login/Username: ______________________________
Password: ______________________________

Site name: ______________________________
Site address: ______________________________
Login/Username: ______________________________
Password: ______________________________

Site name: ______________________________
Site address: ______________________________
Login/Username: ______________________________
Password: ______________________________

V

Site name: ____________________
Site address: ____________________
Login/Username: ____________________
Password: ____________________

Site name: ____________________
Site address: ____________________
Login/Username: ____________________
Password: ____________________

Site name: ____________________
Site address: ____________________
Login/Username: ____________________
Password: ____________________

Site name: ____________________
Site address: ____________________
Login/Username: ____________________
Password: ____________________

Site name: ____________________
Site address: ____________________
Login/Username: ____________________
Password: ____________________

W

Site name: ______________________________

Site address: ______________________________

Login/Username: ______________________________

Password: ______________________________

Site name: ______________________________

Site address: ______________________________

Login/Username: ______________________________

Password: ______________________________

Site name: ______________________________

Site address: ______________________________

Login/Username: ______________________________

Password: ______________________________

Site name: ______________________________

Site address: ______________________________

Login/Username: ______________________________

Password: ______________________________

Site name: ______________________________

Site address: ______________________________

Login/Username: ______________________________

Password: ______________________________

W

Site name: ___

Site address: ___

Login/Username: ___

Password: ___

Site name: ___

Site address: ___

Login/Username: ___

Password: ___

Site name: ___

Site address: ___

Login/Username: ___

Password: ___

Site name: ___

Site address: ___

Login/Username: ___

Password: ___

Site name: ___

Site address: ___

Login/Username: ___

Password: ___

W

Site name: ________________________________
Site address: ______________________________
Login/Username: ___________________________
Password: ________________________________

Site name: ________________________________
Site address: ______________________________
Login/Username: ___________________________
Password: ________________________________

Site name: ________________________________
Site address: ______________________________
Login/Username: ___________________________
Password: ________________________________

Site name: ________________________________
Site address: ______________________________
Login/Username: ___________________________
Password: ________________________________

Site name: ________________________________
Site address: ______________________________
Login/Username: ___________________________
Password: ________________________________

W

Site name: ____________________
Site address: ____________________
Login/Username: ____________________
Password: ____________________

Site name: ____________________
Site address: ____________________
Login/Username: ____________________
Password: ____________________

Site name: ____________________
Site address: ____________________
Login/Username: ____________________
Password: ____________________

Site name: ____________________
Site address: ____________________
Login/Username: ____________________
Password: ____________________

Site name: ____________________
Site address: ____________________
Login/Username: ____________________
Password: ____________________

X

Site name: ____________________

Site address: ____________________

Login/Username: ____________________

Password: ____________________

Site name: ____________________

Site address: ____________________

Login/Username: ____________________

Password: ____________________

Site name: ____________________

Site address: ____________________

Login/Username: ____________________

Password: ____________________

Site name: ____________________

Site address: ____________________

Login/Username: ____________________

Password: ____________________

Site name: ____________________

Site address: ____________________

Login/Username: ____________________

Password: ____________________

X

Site name: ____________________

Site address: ____________________

Login/Username: ____________________

Password: ____________________

Site name: ____________________

Site address: ____________________

Login/Username: ____________________

Password: ____________________

Site name: ____________________

Site address: ____________________

Login/Username: ____________________

Password: ____________________

Site name: ____________________

Site address: ____________________

Login/Username: ____________________

Password: ____________________

Site name: ____________________

Site address: ____________________

Login/Username: ____________________

Password: ____________________

X

Site name: ______________________________

Site address: ______________________________

Login/Username: ______________________________

Password: ______________________________

Site name: ______________________________

Site address: ______________________________

Login/Username: ______________________________

Password: ______________________________

Site name: ______________________________

Site address: ______________________________

Login/Username: ______________________________

Password: ______________________________

Site name: ______________________________

Site address: ______________________________

Login/Username: ______________________________

Password: ______________________________

Site name: ______________________________

Site address: ______________________________

Login/Username: ______________________________

Password: ______________________________

X

Site name: ______________________________
Site address: ______________________________
Login/Username: ______________________________
Password: ______________________________

Site name: ______________________________
Site address: ______________________________
Login/Username: ______________________________
Password: ______________________________

Site name: ______________________________
Site address: ______________________________
Login/Username: ______________________________
Password: ______________________________

Site name: ______________________________
Site address: ______________________________
Login/Username: ______________________________
Password: ______________________________

Site name: ______________________________
Site address: ______________________________
Login/Username: ______________________________
Password: ______________________________

Y

Site name: ___

Site address: ___

Login/Username: ___

Password: ___

Site name: ___

Site address: ___

Login/Username: ___

Password: ___

Site name: ___

Site address: ___

Login/Username: ___

Password: ___

Site name: ___

Site address: ___

Login/Username: ___

Password: ___

Site name: ___

Site address: ___

Login/Username: ___

Password: ___

Y

Site name: ______________________________

Site address: ______________________________

Login/Username: ______________________________

Password: ______________________________

Site name: ______________________________

Site address: ______________________________

Login/Username: ______________________________

Password: ______________________________

Site name: ______________________________

Site address: ______________________________

Login/Username: ______________________________

Password: ______________________________

Site name: ______________________________

Site address: ______________________________

Login/Username: ______________________________

Password: ______________________________

Site name: ______________________________

Site address: ______________________________

Login/Username: ______________________________

Password: ______________________________

Y

Site name: ______________________________
Site address: ______________________________
Login/Username: ______________________________
Password: ______________________________

Site name: ______________________________
Site address: ______________________________
Login/Username: ______________________________
Password: ______________________________

Site name: ______________________________
Site address: ______________________________
Login/Username: ______________________________
Password: ______________________________

Site name: ______________________________
Site address: ______________________________
Login/Username: ______________________________
Password: ______________________________

Site name: ______________________________
Site address: ______________________________
Login/Username: ______________________________
Password: ______________________________

Y

Site name: ______________________________
Site address: ______________________________
Login/Username: ______________________________
Password: ______________________________

Site name: ______________________________
Site address: ______________________________
Login/Username: ______________________________
Password: ______________________________

Site name: ______________________________
Site address: ______________________________
Login/Username: ______________________________
Password: ______________________________

Site name: ______________________________
Site address: ______________________________
Login/Username: ______________________________
Password: ______________________________

Site name: ______________________________
Site address: ______________________________
Login/Username: ______________________________
Password: ______________________________

Z

Site name: ______________________________
Site address: ______________________________
Login/Username: ______________________________
Password: ______________________________

Site name: ______________________________
Site address: ______________________________
Login/Username: ______________________________
Password: ______________________________

Site name: ______________________________
Site address: ______________________________
Login/Username: ______________________________
Password: ______________________________

Site name: ______________________________
Site address: ______________________________
Login/Username: ______________________________
Password: ______________________________

Site name: ______________________________
Site address: ______________________________
Login/Username: ______________________________
Password: ______________________________

Z

Site name: ___

Site address: ___

Login/Username: ___

Password: ___

Site name: ___

Site address: ___

Login/Username: ___

Password: ___

Site name: ___

Site address: ___

Login/Username: ___

Password: ___

Site name: ___

Site address: ___

Login/Username: ___

Password: ___

Site name: ___

Site address: ___

Login/Username: ___

Password: ___

Z

Site name: ___
Site address: ___
Login/Username: ___
Password: ___

Site name: ___
Site address: ___
Login/Username: ___
Password: ___

Site name: ___
Site address: ___
Login/Username: ___
Password: ___

Site name: ___
Site address: ___
Login/Username: ___
Password: ___

Site name: ___
Site address: ___
Login/Username: ___
Password: ___

Z

Site name: ____________________
Site address: ____________________
Login/Username: ____________________
Password: ____________________

Site name: ____________________
Site address: ____________________
Login/Username: ____________________
Password: ____________________

Site name: ____________________
Site address: ____________________
Login/Username: ____________________
Password: ____________________

Site name: ____________________
Site address: ____________________
Login/Username: ____________________
Password: ____________________

Site name: ____________________
Site address: ____________________
Login/Username: ____________________
Password: ____________________

Made in the USA
Monee, IL
04 November 2026

67377497R00059